Frá ánauð til blessunar

Að uppgötva sjálfsmynd okkar í Guði

Jessica Hintz

Bandaríkin
2024

Áletrun

Bókartitill: Frá ánauð til blessunar - að uppgötva sjálfsmynd okkar í Guði
Höfundur: Jessica Hintz

Höfundur: Jessica Hintz
Hafðu samband: boxingboy898337@gmail.com

INNIHALD

Í upphafi djúpstæða bréfs síns til Galatamanna mætir Páll djarflega óvinum náðarinnar, bardaga sem hann hefur háð í gegnum þetta merkilega fyrsta bindi verks síns. Ferð hans sem postula hefur ekki verið sársaukalaus; hann hefur þjáðst mikið af hendi bæði gyðinga og heiðingja sem hafna þeim róttæka náðarboðskap sem hann boðar. Með djúpri umhyggju fyrir fylgjendum sínum er Páll staðráðinn í að láta þá ekki renna aftur inn í hinar stífu hefðir gyðingdóms, jafnvel þó að sumir af heitustu trúskiptum hans hafi verið dregnir af þeirri trú. Það er þessi togstreita sem kyndir undir ástríðufullri gagnrýni hans á þá hugmynd að hægt sé að bæta við hið hreina fagnaðarerindi Krists með lögfræðilegum venjum og viðhorfum.

Skrif Páls þjóna sem kröftug áminning um að kjarni fagnaðarerindisins liggur ekki í því að fylgja lögmálinu heldur í óverðskuldaðri velþóknun Guðs – náð. Þetta miðlæga þema hljómar í gegnum bréfið, þar sem Páll setur leiðbeiningar sem eiga ekki aðeins við um gyðingatrúarmenn á sínum tíma heldur einnig um hinar óteljandi leiðir sem mannkynið heldur áfram að afbaka hið sanna fagnaðarerindi. Boðskapur hans er enn sláandi viðeigandi í dag, þar sem hægt er að sjá svipaðar villur, sem oft koma fram sem hættuleg blanda af trú og verkum.

Páll byrjar vörn sína með því að staðfesta hið ótvíræða vald Krists sem uppsprettu hjálpræðis. Í Galatabréfinu 1:5 leggur hann áherslu á mikilvægi náðarinnar sem kemur í gegnum Jesú, og leggur áherslu á að það er þessi náð ein sem getur frelsað mannkynið frá illsku nútímans, sem felur í sér kúgandi mannvirki sem eru sett upp af afvegaleiddum trúarleiðtogum. Hörð andstaða hans við gyðingatrúarmenn – hópur sem reyndi að setja gyðingalög á trúaða heiðingja – kemur í ljós þegar hann gerir harða árás á þá.

Í Galatabréfinu 1:6-7 lýsir Páll undrun sinni yfir því að Galatamenn séu reiðubúnir til að yfirgefa náð Krists fyrir það sem hann kallar „annað fagnaðarerindi“. Hann skrifar: „Ég er furðu lostinn yfir því að þú snúir þér frá honum sem kallaði þig fyrir náð Krists til annars fagnaðarerindis, sem ekki er annað; en það eru nokkrir sem trufla yður og vilja afsníða fagnaðarerindi Krists.“ Þessi staðhæfing felur í sér hve brýnt boðskapur hans er: það er enginn valkostur við þá náð sem Jesús býður. Sérhvert frávik frá þessari náð felur í sér svik við grunn kristinnar trúar.

Orðasambandið sem Páll notar, „þú ert (í miðju) að hverfa frá," hefur djúpstæðar afleiðingar. Það gefur til kynna ferli - ferð í ranga átt sem hefur ekki enn náð áfangastað. Galatamenn eru ekki bara að gera mistök í eitt skipti; þeir taka þátt í því að hverfa smám saman frá sannleikanum. Þessu ferli má líkja við að skip fari hægt út af stefnu, ómeðvitað um þær hættur sem framundan eru. Rökin fyrir holdinu, knúin áfram af mannlegum rökum og samfélagslegum þrýstingi, hefur blindað þá fyrir sannleikanum. Í stað þess að treysta á dómgreind andans, eru þeir á barmi andlegrar hörmungar.

Notkun Páls á hugtakinu *metastrepho* (Gríska: μεταστρέφω) undirstrikar eðli þessarar umbreytingar – spillingu frekar en helgun. Hugtakið gefur til kynna tilfinningu um að snúa við eða breytast í eitthvað annað. Það táknar brenglun, myndbreytingu í útgáfu fagnaðarerindisins sem er ekki lengur auðþekkjanleg. Orðaval Páls er vísvitandi; hann vill að Galatamenn skilji hversu alvarlegt ástand þeirra er. Þeir eru ekki bara að reka í burtu; þeir eru að verða spilltir, að breyta sannleika Krists í lygi.

Þegar Páll veltir fyrir sér gyðingatrúarmönnum á sínum tíma vekur hann athygli á mynstri sem hefur haldist í gegnum tíðina. Freistingin að blanda fagnaðarerindi náðarinnar saman við lögfræðilega venjur er jafngömul trúnni sjálfri. Rétt eins og gyðingatrúarmenn reyndu að þröngva umskurði og fylgni við lögin á nýja trúaða, setja nútímahreyfingar oft viðbótarkröfur til hjálpræðis – hvort sem það eru helgisiðir, siðareglur eða utan-biblíulegar hefðir. Auðveldið sem fólk tileinkar sér þessar ósönnu útgáfur af Kristi er enn skelfilegt.

Í dag verðum við vitni að ýmiss konar fráhvarfi – einstaklingar og hópar sem hafa einu sinni tekið fagnaðarerindið að sér en hafa síðan snúið sér frá til að fylgja útþynntri útgáfu af kristni. Þessar hreyfingar byrja oft með góðum ásetningi, með það að markmiði að gera trú viðeigandi eða aðgengilegri. Hins vegar, eins og sagan sýnir, getur leið málamiðlana leitt til hættulegrar fráviks frá sannleikanum. Viðvörun Páls hljómar kröftuglega í þessu samhengi og minnir okkur á nauðsyn þess að gæta hreinleika fagnaðarerindisins gegn hvers kyns brenglun.

Þörfin fyrir dómgreind í trúarsamfélaginu er mikilvægari en nokkru sinni fyrr. Galatamenn, eins og margir í dag, lentu í vef misvísandi skilaboða. Aðdráttarafl þægilegri trúar – trúar sem lofar velþóknun með verkum fremur en náð – getur verið freistandi. Það er nauðsynlegt fyrir trúaða að grundvallast á sannleika orðs Guðs og rækta sambandið við heilagan anda, sem veitir leiðsögn og visku í að sigla um þessi margbreytileika.

Hvatning Páls er ekki aðeins söguleg gagnrýni heldur tímalaus ákall til aðgerða. Hann hvetur Galatamenn – og í framhaldi af því okkur öll – til að halda vöku sinni, viðurkenna merki um andlegt rek og hafna hvers kyns hugmyndum sem grafa undan nægjanlegri fórn Krists. Það er mikið í húfi; fagnaðarerindið á á hættu að vera öfugsnúið og þar með kjarni trúarinnar sjálfrar.

Að yfirgefa Guð Guð (föður) sem skapaði þá til að vera syndug athöfn. Guð hefur verið Guð sem leiddi fólkið (og okkur) til "náðar Krists" í fyrsta lagi. Þetta er kjarninn í boðun fagnaðarerindisins. Þetta er markmiðið í boðunarferlinu. Köllun postulans er að gera þetta svar spámannsins og aðalboðskapur prestsins, og umgjörð kennarans ef það er spillt af fagnaðarerindinu, spillir það og hefur áhrif á alla þjónustu náðarþjónustunnar og hindrar náð fagnaðarerindisins inn í vantrúaðan heim (heiðingja).

Niðurstaða

Þegar Páll stendur frammi fyrir óvinum náðarinnar setur Páll fram ákall til að halda uppi hinu sanna fagnaðarerindi Krists. Ástríðufull vörn hans þjónar bæði sem viðvörun og hvatning fyrir trúaða yfir kynslóðir. Baráttan gegn lögfræðinni og freistingunni til að bæta við fagnaðarerindið heldur áfram enn þann dag í dag, og orð Páls eru vegvísir til að greina hinn ekta boðskap náðarinnar.

Þegar við hugleiðum þennan kraftmikla boðskap skulum við skuldbinda okkur til að leita sannleikans. Við skulum vera á varðbergi gegn töfrum falskenninga og fíngerðum málamiðlunum sem ógna trú okkar. Í heimi fullum af rugli og andlegu umróti verðum við að halda fast í fagnaðarerindi náðarinnar, leyfa því að umbreyta lífi okkar og leiðbeina gjörðum okkar. Bréf Páls til Galatamanna minnir okkur á að von okkar liggur ekki í lögmálinu heldur óbreyttri náð Krists, náð sem kallar okkur til að lifa í frelsi og deila því frelsi með öðrum.

Við erum hólpnuð af náð Guðs — ekkert meira!

Í innsta kjarna kristinnar trúar er grundvallarsannleikur sem Páll lagði áherslu á hvað eftir annað: við erum hólpnir af náð Guðs – hvorki meira né minna. Þessi djúpstæða yfirlýsing umlykur hjarta fagnaðarerindisins og aðgreinir það frá hverju öðru trúarkerfi sem leitast við að koma á sambandi við Guð með mannlegri viðleitni eða fylgni við lögmálið. Það er frelsandi boðskapurinn sem staðfestir að hjálpræði er ekki áunnið með verkum eða helgisiðum, heldur er það ókeypis gjöf sem okkur er veitt af kærleiksríkum Guði sem þráir samband fram yfir lögfræði.

Þrátt fyrir þennan skýra náðarboðskap stóð Páll frammi fyrir skelfilegri áskorun meðal kristinna manna í Galatíu. Sumir meðlimir frá gyðingaskiptum, ásamt þeim sem héldu fast við trúarsiði gyðinga, voru talsmenn þess að þessir nýju trúuðu fylgdu Móselögunum og iðkuðu umskurn sem nauðsynlegan þátt í trú sinni. Þessi þrýstingur til að fara að lögmálinu ógnaði ekki aðeins frelsinu sem fagnaðarerindi náðarinnar veitir heldur leitaðist við að grafa undan umbreytingarverki Krists í lífi hinna Galatíutrúuðu.

Slík krafa um lögfræðilega vinnubrögð var ekki aðeins minniháttar ágreiningur; þetta var bein árás á kjarna þjónustu Páls. Fyrir Pál voru afleiðingarnar djúpstæðar. Hann leit á þetta sem árás ekki bara á kirkjuna í Jerúsalem, sem hafði verið þungamiðjan í frumkristnu samfélagi, heldur meira markvert sem árás á kenninguna sem hann hafði komið vandlega á fót. Öll þjónusta hans var sprottin af þeirri trú að hjálpræði komi eingöngu fyrir trú á Krist, og allar tilraunir til að bæta við það var bein áskorun við boðskapinn sem hann boðaði.

Viðbrögð Páls voru hörð og óbilandi. Hann var ekki maður til að halla sér aftur og leyfa slíkum villutrúum að ná völdum innan kirkjunnar. Hann skildi að jafnvel minnsta málamiðlun gæti leitt til hálku, þar sem eitt frávik frá sannleikanum gæti snjóað í víðtækt rugl og villu. Þessi vitund neyddi hann til að grípa strax til aðgerða; hann var ekki tilbúinn að láta málið „renna" eða einfaldlega vona að það myndi leysast með tímanum. Það var of mikið í húfi og hann viðurkenndi að það gæti haft skelfilegar afleiðingar fyrir líkama Krists að leyfa falskenningum að skjóta rótum.

Þetta áhyggjuefni vekur mikilvæga spurningu fyrir nútíma kirkju: Erum við vitni að svipuðu mynstri í dag? Erum við, sem samfélag trúaðra, að samþykkja villur sem gætu komið á óafturkræfu ástandi meðal trúaðra? Samsvörunin milli tíma Páls og okkar eigin eru sláandi. Rétt eins og frumkirkjan glímdi við áhrif lögfræðinnar og þrýstinginn til að laga sig að ákveðnum venjum, finnur kirkjan í dag sig oft í svipuðum áskorunum.

Í Galatabréfinu 5:7-11 varpaði Páll fram orðræðu spurningu sem snýr að kjarna málsins: „Hver hefur hindrað þig í að sækjast eftir sannleikanum? Hann leggur áherslu á að sannfæringin sem leiðir þá frá náðinni komi ekki frá þeim sem kallaði þá. Hér notar Páll samlíkingu súrdeigs til að sýna hvernig jafnvel örlítið magn af röngkennslu getur spillt öllu deiginu. Viðvörun hans er skýr: að leyfa jafnvel smá lagahyggju eða málamiðlun að komast inn í kirkjuna getur leitt til verulegrar brenglunar á fagnaðarerindinu.

Traust Páls til Galatabréfanna kemur í ljós þegar hann segir: „Ég treysti á yður og Drottin, að þér munuð aldrei hafa aðrar hugsanir. Hann trúði á getu þeirra til að greina sannleika frá villu, fest í sambandi þeirra við Krist. Samt sendi hann einnig eindregna viðvörun til þeirra sem voru að angra þá: „Hver sem er að angra þig mun verða dæmdur, sama hver maður er. Þetta er edrú áminning um að verja verður heiðarleika fagnaðarerindisins hvað sem það kostar og þeir sem leitast við að grafa undan því munu standa frammi fyrir afleiðingum.

Í þessu samhengi finnum við mikilvæga innsýn fyrir kirkju samtímans, sem er full af „vandræðamálum". Áskorunin er enn að viðurkenna og taka á þeim áhrifum sem leitast við að þynna út eða afbaka sannleika fagnaðarerindisins. Rétt eins og Páll beitti sverði Orðsins til að horfast í augu við falskar kenningar, verðum við líka að taka þátt í Ritningunni til að berjast gegn dreka málamiðlana og löghyggju sem hóta að síast inn í samfélög okkar.

Að lokum þjónar boðskapur Páls í Galatabréfinu sem tímalaus leiðarvísir fyrir trúaða í dag. Hann undirstrikar mikilvæga meginreglu: „ef það byrjar ekki á Kristi og endar með Kristi, er það ekki þess virði að íhuga það. Þessi yfirlýsing skorar á okkur að meta sérhverja kennslu, kenningu og iðkun í gegnum linsu fullkomins verks Krists á krossinum. Við verðum að vera vakandi og greina raddirnar sem leitast við að leiða okkur frá náðinni sem er okkar í Kristi. Með því að festa okkur í sannleika fagnaðarerindisins getum við staðið staðfast gegn þrýstingi lögfræðinnar og haldið trúfastlega á boðskap náðarinnar sem hefur kraft til að umbreyta lífi og samfélögum.

Tímalaus leiðbeining fyrir okkar tíma

Í landslagi nútíma kristni, þar sem kjarni fagnaðarerindisins er oft hulinn af margvíslegum truflunum, eru orð Páls postula sem mikilvæg leiðarljós fyrir nútímann. Hörð skuldbinding hans við boðskap náðarinnar er í algjörri mótsögn við löghyggjuna sem hótar að síast inn í kirkjuna. Bréf Páls til Galatamanna er ekki bara fornt bréf; það er skýr ákall til trúaðra að halda fast við hið sanna fagnaðarerindi – fagnaðarerindið sem miðast við náð Guðs og endurlausnarverk Jesú Krists.

Áframhald Páls á hreinleika fagnaðarerindisins er undirstrikað af sérstaklega sterkri áleitni sem er að finna í Galatabréfinu 1:8-9: „En þótt vér eða engill af himni prédikum yður annað fagnaðarerindi en vér höfum boðað yður, lát hann vera bölvaður. Eins og vér höfum áður sagt, svo segi ég nú aftur: Ef einhver prédikar yður annað fagnaðarerindi en það, sem þér hafið meðtekið, þá sé hann bölvaður." Hér gefur Páll upp alvarlegan tón. Hann leggur áherslu á að hvers kyns frávik frá fagnaðarerindinu sem hann boðaði sé ekki bara smávægilegt brot heldur alvarleg mistök sem verðskulda fordæmingu.

Mál Páls er viljandi; hann notar orðið „bölvaður" til að tákna algjöra og algera höfnun hvers kyns kennslu sem stangast á við fagnaðarerindi náðarinnar. Þetta er ekki eingöngu guðfræðilegur ágreiningur; þetta er spurning um líf og dauða – andlega séð. Það er ótrúlega mikið í húfi vegna þess að heilindi fagnaðarerindisins er í hættu. Páll skilur að kynning á öðru fagnaðarerindi grefur undan grunni hjálpræðis sem Jesús Kristur stofnaði með fórnardauða sínum á krossinum.

Brýnt er áþreifanlegt þegar hann segir að jafnvel þótt engill af himnum myndi boða annað fagnaðarerindi, þá ætti sá engill skilið sömu bölvun. Þessi yfirlýsing þjónar sem kröftug áminning um að uppspretta sannleikans verður alltaf að vera grundvölluð á Kristi og opinberuninni sem hann veitti í gegnum postula sína. Páll tekur skýrt fram að mannlegt og englavald geti ekki gengið framar sannleika fagnaðarerindisins. Öllum kenningum sem leitast við að bæta við eða afbaka fagnaðarerindið á að hafna alfarið.

Nýja lögmálið í Kristi

Páll heldur áfram að setja fram mikilvæga guðfræðilega hugmynd: Jesús Kristur gaf líf sitt til að frelsa mannkynið undan bölvuninni sem lögmálið lagði á. Þetta leiðir til gagnrýninnar skilnings á náðinni – skilninginn á því að við erum ekki lengur bundin af takmörkunum Móselögmálsins heldur frelsuð af náðarlögmálinu. Í Kristi kemur fram nýtt lögmál, sem er byggt á náð, ekki á mannlegri viðleitni eða fylgni við lögmálið.

Í Galatabréfinu 1:15-16 deilir Páll vitnisburði sínum um hvernig hann var kallaður af náð Guðs, og leggur áherslu á að hjálpræði hans væri ekki afleiðing af frumkvæði eða verðleikum mannsins. Hann skrifar: „En þegar Guði þóknaðist, sem skildi mig frá móðurlífi og kallaði mig fyrir náð sína, að opinbera son sinn í mér, til þess að ég gæti prédikað hann meðal heiðingjanna. Þessi texti er afar mikilvægur, þar sem hann undirstrikar að köllun Páls og ætlunarverk var algjörlega verk af náð Guðs.

Sjálfsmynd Páls sem náðarráðherra

Páll skilgreinir sig sem þjón náðarinnar, sá sem er útnefndur af náð og studdur af náð. Þessi sjálfsgreining er meira en bara titill; það endurspeglar innsta kjarna þjónustu hans. Hann viðurkennir að náð er ekki aðeins leið til hjálpræðis hans heldur einnig grundvöllur köllunar hans. Þessi viðurkenning er mikilvæg vegna þess að hún staðsetur Pál sem þjón fagnaðarerindisins, sem hefur það hlutverk að boða ófalsaðan sannleikann um verk Krists á krossinum.

Með því að ígrunda þessa yfirlýsingu kemur í ljós áþreifanlegur veruleiki um nútímastarf. Margir ráðherrar samtímans berjast við að koma köllun sinni á framfæri með tilliti til náðar. Þeir flækjast oft í frammistöðudrifnum þáttum þjónustunnar og setja mælikvarða á árangur fram yfir umbreytandi kraft náðarinnar. Þetta sambandsleysi leiðir til djúpstæðs misskilnings á því hvað það þýðir að vera þjónn fagnaðarerindisins, sem leiðir til útþynningar á boðskapnum.

Afleiðingar þessa eru mikilvægar: þegar ráðherrar skortir skýran skilning á náð, eru söfnuðir þeirra skildir eftir án þeirra verkfæra sem nauðsynleg eru til að viðurkenna og berjast gegn falskenningum. Líf óteljandi einstaklinga hefur slæm áhrif þegar náð Guðs er ekki staðfest og fagnað innan kirkjunnar. Krafa Páls um miðlægni náðar er ekki aðeins guðfræðileg afstaða; það er prestsáhyggjuefni sem leitast við að standa vörð um trú samfélagsins.

ÁKALL TIL AÐGERÐA

Páll gat ekki staðið aðgerðarlaus á meðan falskar kenningar ógnuðu heilindum fagnaðarerindisins. Hann skildi að ástandið var skelfilegt og honum fannst mikil ábyrgð bera á því að takast á við það. Rétt eins og Páll tók þátt í þessari andlegu baráttu, verðum við líka að taka upp þann klæðnað að verja fagnaðarerindið gegn hvers kyns brenglun sem gæti komið upp í kirkjum okkar í dag. Það er bráðnauðsynlegt að við látum ekki boðskap náðarinnar vera í hættu eða minnka.

Í miðri þessari baráttu fullyrðir Páll guðlega trúnað sinn og leggur áherslu á að vald hans til að prédika fagnaðarerindið sé ekki dregið af mannlegum tengslum eða samþykki annarra. Hann skrifar um hvernig hann ráðfærði sig ekki við hold og blóð heldur fékk beina opinberun frá Guði. Traust Páls á köllun sína og verkefni er óhagganlegt; hann veit að fyrirmæli hans koma frá Guði einum.

Þessi sannfæring er sterklega sýnd með frásögn hans af kynnum við gyðingatrúarmenn — þá sem reyndu að setja lögin á nýja trúskiptingu. Páll segir frá Títusi, grískum trúmanni sem starfaði við hlið hans í þjónustunni. Títus hafði ekki verið umskorinn og vakti það verulegar spurningar meðal trúaðra gyðinga um réttmæti hans sem þjónn fagnaðarerindisins. Júdamenn mótmæltu ákvörðun Páls um að leyfa Títusi að ferðast með sér og kröfðust þess að fylgja lögmálinu væri nauðsynlegt til að verða samþykkt innan trúarsamfélagsins.

ÁSKORUN LÖGFRÆÐINNAR

Átökin í kringum Títus eru áberandi áminning um hið útbreidda eðli lögfræðinnar, jafnvel innan frumkirkjunnar. Spurningin um hvort Títus gæti þjónað og þjónað í sínu „óumskorna“ ástandi varpar ljósi á baráttuna milli frelsisins sem er í náðinni og ánauðar lögmálsins. Fyrir Júdamenn voru ytri merki trúarinnar, eins og umskurn, í fyrirrúmi. Hins vegar var sjónarhorn Páls gjörólíkt; hann skildi að sönn trú er ekki sönnuð af ytri fylgni við lögmálið heldur af innri umbreytingu sem náðst Guðs hefur í för með sér.

Með því að verja Títus undirstrikar Páll kjarnaboðskap fagnaðarerindisins: að hjálpræði og viðurkenning frammi fyrir Guði byggist á trú á Krist, ekki á fylgni við lögmálið. Hann heldur því fram að það að krefjast umskurðar sem forsenda fyrir samfélagi stangist á við innsta kjarna þeirrar náðar sem Jesús býður. Afstaða Páls er djörf yfirlýsing um frelsi sem trúaðir hafa í Kristi, frelsi sem leysir þá úr viðjum löghyggjunnar.

MIKILVÆGI ÞESS AÐ HALDA UPPI NÁÐ

Þegar við hugleiðum kraftmikinn vitnisburð Páls og óbilandi skuldbindingu hans við boðskap náðarinnar, erum við minnt á okkar eigin ábyrgð sem trúuð. Núverandi kirkja verður að vera á varðbergi gegn lúmskum ágangi lögfræðinnar og falskenninga sem geta leitt til andlegrar ánauðar. Það er nauðsynlegt að við höldum uppi sannleika fagnaðarerindisins og tryggjum að náð sé áfram miðlægur í skilningi okkar á trú og þjónustu.

Ferðalag Páls og hörð málsvörn hans fyrir fagnaðarerindi náðarinnar knýja okkur til að meta eigin skilning okkar á náðinni og hlutverki hennar í lífi okkar. Erum við í raun og veru að tileinka okkur umbreytandi kraft náðarinnar í persónulegri göngu okkar með Kristi? Erum við að boða þennan boðskap til annarra og erum við að hlúa að samfélögum sem endurspegla náð Guðs? Svörin við þessum spurningum munu ákvarða heilsu og lífskraft trúar okkar og árangur þjónustu okkar.

Í heimi fullum af samkeppnislegum hugmyndafræði og truflunum skulum við hlýða kalli Páls um að vera staðföst í náðinni sem er okkar í Kristi Jesú. Rétt eins og Páll barðist óþreytandi við að varðveita hreinleika fagnaðarerindisins, verðum við líka að taka upp þann klæðnað að verja þennan heilaga boðskap og tryggja að hann haldi áfram að umbreyta lífi og draga fólk inn í samband við lifandi Guð. Fagnaðarerindi náðarinnar er ekki aðeins kenning sem á að kenna; það er raunveruleiki sem á að lifa eftir, sem endurspeglar kærleika og miskunn Guðs fyrir heimi sem þarfnast vonar.

Undrun Páls og Júdamenn

Páll varð undrandi. Undrun hans var ekki aðeins viðbrögð við óvenjulegri hegðun Galatamanna; það stafaði af djúpstæðum vonbrigðum að einmitt fólkið sem hann hafði unnið ötullega að þjónustu við var að skemmta falskenningum og víkja frá fagnaðarerindi náðarinnar. Í bréfi sínu skammar Páll Galatabúa með orðrænni spurningu: „Hverjir eru þessir krakkar? Hann vísar til gyðingatrúarmanna, hóps einstaklinga sem ýttu undir lögfræðilega stefnuskrá, og kröfðust þess að fylgja lögmálinu og venjur eins og umskurn væru nauðsynlegar til hjálpræðis. „Hvernig gátuð þið Galatamenn skemmt þeim, jafnvel leyft sumum ykkar að fylgja kenningum þeirra? Vantrú Páls er áþreifanlegur og hann endurómar spurningum sem við gætum spurt okkur í dag.

Hörð viðbrögð Páls sýna ekki bara persónulegar tilfinningar hans heldur gagnrýninn skilning á því hvaða afleiðingar þessar falskenningar hafa fyrir fagnaðarerindið. Í Galatabréfinu 2:5-6 skrifar hann: „Vér gáfum ekki eftir í undirgefni, jafnvel eitt augnablik, til þess að sannleikur fagnaðarerindisins varðveitist fyrir yður. Og af þeim sem virtust hafa áhrif, skiptir mig engu hvað þeir voru; Guð sýnir enga hlutdrægni." Hér leggur Páll áherslu á mikilvægi þess að viðhalda heiðarleika fagnaðarerindisins, óháð stöðu eða álitnu valdi þeirra sem breiða út falskenningar. Skuldbinding hans við sannleikann er óhagganleg og endurspeglar djúpstæðan skilning á því að fagnaðarerindið er ekki háð samþykki manna eða hefð.

Þjónusta Páls einkenndist af skýrum greinarmun á boðskap náðarinnar og kröfum lögmálsins. Þó að hann viðurkenndi að Pétur og aðrir postular hefðu sérstakt erindi til gyðinga, var hann ákveðinn í köllun sinni til heiðingjanna. Þessi greinarmunur varpar ljósi á víðtækara þema í Nýja testamentinu: að fagnaðarerindið fer yfir menningar- og trúarleg mörk. Hlutverk Páls var ekki skilgreint af lögmálinu heldur af náð Guðs, sem var í boði fyrir alla.

Frumkirkjan hafði náð samstöðu á Jerúsalemráðinu og samþykkti að trúaðir ekki gyðingar ættu ekki að vera byrðar með kröfum laganna, svo sem umskurn. Þess í stað var þeim aðeins sagt að forðast ákveðnar venjur til að efla einingu meðal trúaðra. Þessi ákvörðun undirstrikaði grundvallarsannleika: Lögmálið þjónaði sem tímabundinn leiðarvísir, kennari sem benti á Krist. Eins og Páll orðar það í Galatabréfinu 3:24-25: „Svo var lögmálið verndari okkar þar til Kristur kom, til þess að vér gætum réttlætst af trú. Nú þegar þessi trú er komin, erum við ekki lengur undir verndarvæng." Umskiptin frá lögum til náðar tákna breytingu á því hvernig trúaðir tengjast Guði - samband sem byggir á trú frekar en verkum.

Afleiðingar þessarar breytingar eru djúpstæðar. Páll er ekki bara að verja þjónustu sína; hann er að leggja grunninn að því að skilja eðli hjálpræðis. Í Galatabréfinu 2:20 deilir hann versi sem hefur orðið hornsteinn kristinnar sjálfsmyndar: „Ég er krossfestur með Kristi og lifi ekki framar, heldur lifir Kristur í mér. Lífið sem ég lifi núna í líkamanum, lifi ég í trú á son Guðs, sem elskaði mig og gaf sjálfan sig fyrir mig." Þessi yfirlýsing felur í sér kjarna hins kristna lífs: hún snýst ekki um að fylgja settum reglum eða hefðum heldur um að lifa í sambandi við Krist, styrkt af náð hans.

Stöðug afstaða Páls gegn Júdatrúarmönnum sýnir skilning hans á hættunni sem stafar af þeim sem myndu bæta skilyrðum við fagnaðarerindið. Hann dregur skýra afmörkun og segir að ef Galatamenn stæðu með gyðingatrúarmönnum væru þeir að slíta sig frá náðinni sem er að finna í Kristi. Í Galatabréfinu 2:21 fullyrðir hann: „Ég tek ekki til hliðar náð Guðs, því að ef réttlæti gæti öðlast fyrir lögmálið, þá dó Kristur fyrir ekki neitt! Þessi yfirlýsing þjónar sem kröftug áminning um að allar tilraunir til að ávinna sér hjálpræði með verkum grafa undan grunni fagnaðarerindisins.

Gremja Páls nær hámarki þegar hann ávarpar Galatamenn með upphrópuninni: „Ó heimskir Galatamenn! Hver hefur heillað þig?" Þessi orðræðu spurning fangar kjarnann í áhyggjum hans: hvernig gátu þeir yfirgefið sannleika fagnaðarerindisins svo fljótt fyrir brenglaða útgáfu? Með því að skírskota til hugtaksins „töfraður" undirstrikar Páll hina andlegu blekkingu sem er í gangi og jafnar áhrif gyðingatrúarmanna við galdra. Þessi ásökun er bæði ógnvekjandi og edrú, þar sem hún bendir til þess að Galatamenn séu undir kröftugum álögum, sem skýlir dómgreind þeirra og leiðir þá frá sannleikanum.

Kjarninn í málflutningi gyðingatrúarmanna var krafan um ættir og fullyrti: „Við erum niðjar Abrahams. Páll mótmælir þessu með því að leggja áherslu á eðli fyrirheitsins sem Abraham var gefið og útskýrir að það sé ekki ættfræðin sem veitir réttlæti heldur trú. Í Galatabréfinu 3:24-29 útskýrir hann þessa hugmynd: „Þannig að í Kristi Jesú eruð þér allir Guðs börn fyrir trú ... ef þér tilheyrið Kristi, þá eruð þér niðjar Abrahams og erfingjar samkvæmt fyrirheitinu. Páll leysir í raun í sundur rök gyðingatrúarmanna með því að færa fókusinn frá þjóðerniskennd yfir í andlega sjálfsmynd í Kristi.

Ótti Páls fyrir Galatamönnum

Innan um guðfræðilega röksemdafærslu sína lýsir Páll yfir djúpri áhyggjum sínum af Galatamönnum. Í Galatabréfinu 4:9-11 segir hann: „En nú þegar þú hefur kynnst Guði, eða réttara sagt að vera þekktur af Guði, hvernig geturðu snúið aftur til hinna veiku og einskisverðu grundvallarreglur heimsins, hvers þrælar þú viltu vera einu sinni enn? Þú fylgist með dögum og mánuðum og árstíðum og árum! Ég er hræddur um að ég gæti hafa stritað yfir þér til einskis." Ótti hans snýst ekki bara um andlega líðan þeirra heldur einnig um hugsanlegt tap á því sem hann vann sleitulaust að koma á meðal þeirra. Þessi ótti endurómar í gegnum aldirnar sem áminning um hættuna á að falla aftur inn í lögfræði og helgisiði.

Retórískar spurningar Páls skora á Galatamenn að íhuga afleiðingar vals þeirra. Eftir að hafa upplifað frelsi og náð Guðs, hvers vegna myndu þeir vilja snúa aftur til þvingunar lögmálsins? Samhliða því að þekkja Guð og snúa aftur til „veikra og einskis virði" meginreglur þjónar sem áþreifanleg viðvörun gegn sjálfumgleði og afturför í trú. Orð hans hvetja okkur til að skoða eigið líf og finna svæði þar sem við gætum óafvitandi snúið okkur aftur til frammistöðutengdrar skilnings á sambandi okkar við Guð.

Í Galatabréfinu 4:16-17 tekur Páll fram hvatir þeirra sem reyndu að koma Galatamönnum frá sannleikanum. „Er ég þá orðinn óvinur þinn með því að segja þér sannleikann? Þeir gera mikið úr þér, en í engum tilgangi. Þeir vilja útiloka þig, svo að þú getir gert mikið úr þeim." Páll viðurkennir að falskennararnir hafa ekki áhuga á andlegum vexti Galatamanna; frekar leitast þeir við að stjórna þeim og stjórna þeim í eigin þágu. Þessi innsýn á enn við í kirkju nútímans, þar sem sumir leiðtogar kunna að kynna dagskrá sína á kostnað fagnaðarerindisins.

Skýrleiki Páls um eðli falskenningar er mikilvægur fyrir kirkjuna í dag. Rétt eins og hann skynjaði hvatirnar að baki júdómenda, verðum við líka að vera vakandi fyrir því að þekkja raddir sem leiða okkur frá sannleikanum. Nauðsynlegt er að meta kenningar gegn staðli Ritningarinnar og fagnaðarerindi náðarinnar. Allri kenningu sem afbakar náðarboðskapinn eða leitast við að leggja auknar byrðar á trúaða ætti að mæta með varúð og, ef nauðsyn krefur, hafna.

Hætta á að falla frá náð

Í Galatabréfinu 5:4 gefur Páll edrú viðvörun: „Þú ert aðskilinn frá Kristi, þú sem réttlætist fyrir lögmálið. þú ert fallinn frá náðinni." Fallið af náð er ekki aðeins guðfræðilegt hugtak; það táknar djúpstæða andlega kreppu. Þegar einstaklingar eða samfélög hverfa frá fagnaðarerindinu og reyna að öðlast réttlæti með viðleitni sinni, skera þau sig í raun frá sjálfri uppsprettu hjálpræðis síns.

Orð Páls eru áþreifanleg áminning um að náð er ekki eitthvað sem á að taka sem sjálfsögðum hlut. Það er nauðsynlegt að viðurkenna að það að hverfa frá náðinni er alvarlegt mál með eilífar afleiðingar. Sem trúuð verðum við að vera staðföst í frelsinu sem Kristur býður upp á, standast freistinguna að snúa aftur til lögfræðilegra venja eða trúar sem byggir á frammistöðu.

Frelsislögmálið

Í Galatabréfinu 5:1 hvetur Páll Galatamenn: „Til frelsis hefur Kristur frelsað oss; Standið því staðfastir og lútið ekki aftur þrælaoki." Þessi ákall til frelsis er miðlægur boðskapur Nýja testamentisins. Páll leggur áherslu á að náð Guðs leiði til nýrrar hugmyndafræði — frelsislögmáls sem leysir trúaða undan takmörkunum lögmálsins. Frelsið sem Kristur býður upp á er ekki leyfi til að syndga heldur boð um að lifa í sambandi við hann, styrkt af heilögum anda.

Frelsislögmálið er umbreytandi veruleiki fyrir þá sem trúa á Krist. Það táknar lausn frá byrðum lögmálsins og faðmlag lífs sem skilgreint er af náð. Þetta frelsi gerir trúuðum kleift að lifa á sanngjörnu lífi, með leiðsögn andans frekar en af kröfum lagalegrar ramma. Ástríðufull bæn Páls til Galatamanna um að tileinka sér þetta frelsi er ákall til allra trúaðra um að viðurkenna dýpt náðar Guðs og áhrifin sem hún hefur fyrir líf þeirra.

ÁKALL TIL ÁRVEKNI

Að lokum má segja að boðskapur Páls til Galatamanna á enn mjög við í dag. Undrun hans yfir vilja þeirra til að skemmta sér við falskar kenningar þjónar sem viðvörunarsaga fyrir kirkju samtímans. Þegar við förum um heim fullan af samkeppnislegum hugmyndafræði og kenningum, verðum við að vera vakandi fyrir því að halda uppi sannleika fagnaðarerindisins. Köllunin um að meðtaka náð, standa gegn lögfræði og lifa í frelsi Krists er jafn brýnt núna og það var á tímum Páls.

Sjálfstæðisyfirlýsingin í trú

Bréfið til Galatamanna er kraftmikil frelsisyfirlýsing – „yfirlýsing um sjálfstæði" fyrir alla sem trúa á Krist. Páll ver ástríðufullur hugmyndina um að trú á Jesú frelsi trúaða frá ánauð syndarinnar og lögfræðilegum takmörkunum lögmálsins. Þessi boðskapur hljómar í gegnum bréfið og veitir ekki bara guðfræðilegar meginreglur heldur hagnýtar leiðbeiningar um að lifa lífi sem er styrkt af náð.

Krafa Páls um að trúaðir ættu ekki að vera í fangi syndar er kjarninn í boðskap hans. Hann setur fram lifandi lýsingu á afleiðingum þess að láta undan syndsamlegri hegðun. Í Galatabréfinu 5:19-21 telur hann upp lista yfir athafnir sem leiða til andlegrar ánauðar: kynferðislegt siðleysi, skurðgoðadýrkun, hatur, ósætti, öfund og fleira. Niðurstaða hans er gróf og ósveigjanleg: „Þeir sem slíkt iðka munu ekki erfa Guðs ríki. Þessi yfirlýsing þjónar bæði sem viðvörun og ákall um heilagleika og hvetur trúaða til að fylgja lífsstíl sem endurspeglar nýja sjálfsmynd þeirra í Kristi.

Ganga í andanum

Mótefnið við langanir holdsins, fullyrðir Páll, er að finna í því að ganga í andanum. Í Galatabréfinu 5:16 hvetur hann Galatamenn: „Gangið í andanum, og þér munuð ekki fullnægja löngunum holdsins. Þessi köllun um að ganga í anda kynnir umbreytandi hugtak: valdeflingu hins trúaða í gegnum heilagan anda. Að ganga í andanum er ekki bara myndlíking; það táknar djúpstæða tengslavirkni þar sem hinn trúaði er leiddur og styrktur af anda Guðs.

Páll útskýrir nánar hvernig náð birtist í raunhæfum athöfnum. Í Galatabréfinu 5:13 leggur hann áherslu á að þótt trúaðir séu kallaðir til frelsis ættu þeir ekki að nota þetta frelsi sem afsökun til að láta undan eigingirni. Þess í stað eiga þeir að þjóna hver öðrum í kærleika. Þessi róttæka endurstilling frá því að þjóna sjálfum sér yfir í aðra með áherslu er kjarninn í lífi sem lifað er í andanum.

Ávextir andans

Galatabréfið 5:22-23 kynnir hugtakið „ávextir andans," sem þjóna sem lakmusprófun á áreiðanleika andlegrar göngu manns. Páll telur upp þessa ávexti: kærleika, gleði, frið, þolinmæði, góðvild, gæsku, trúmennsku, hógværð og sjálfstjórn. Hvert þessara einkenna táknar virkt verk heilags anda í lífi trúaðs manns, umbreytir eðli þeirra og stýrir gjörðum þeirra.

Þessi umbreyting er ekki aðeins innri; það hefur ytri áhrif. Líf merkt af ávöxtum andans er líf sem byggir upp samfélagið, hlúir að raunverulegum samböndum og endurspeglar eðli Krists. Öfugt við athafnir holdsins, sem leiða til sundrungar og deilna, rækta ávextir andans einingu og sátt meðal trúaðra.

Sýn Páls fyrir kirkjuna er sú þar sem náðin ríkir og andinn stýrir öllum samskiptum. Hann hvetur Galatamenn til að einbeita sér að því að lifa eftir þessum ávöxtum og minnir þá á að engin lög eru gegn slíku. Með öðrum orðum, þessir eiginleikar uppfylla tilgang lögmálsins, sem er að efla kærleika og réttlæti meðal fólks Guðs.

Byrði samfélagsins

Miðpunktur í boðskap Páls í Galatabréfinu er þemað samfélag og gagnkvæman stuðning. Í Galatabréfinu 6:1-2 skrifar hann: „Bræður, ef einhver verður gripinn í misgjörðum, þá skuluð þér sem eruð andlegir endurheimta hann í anda hógværðar. Þessi kennsla undirstrikar mikilvægi náðarfylltri nálgun til að takast á við synd innan samfélags trúaðra. Í stað þess að dæma eða útskúfa þeim sem falla, kallar Páll eftir endurreisn og mildri leiðréttingu.

Hann undirstrikar nauðsyn þess að bera hver annars byrðar sem uppfyllingu á lögmáli Krists. Þessi regla um að bera byrðar er mikilvæg fyrir líf kirkjunnar. Það hlúir að umhverfi náðar þar sem einstaklingum finnst öruggt að játa baráttu og leita sér hjálpar án þess að óttast fordæmingu. Líkami Krists er ætlað að vera athvarf, staður þar sem lækning og endurreisn getur átt sér stað.

Áhersla Páls á samfélag endurspeglar líka raunveruleika mannlegrar upplifunar. Enginn er ónæmur fyrir baráttu, mistökum eða synd. Köllunin um að bera hver annars byrðar er viðurkenning á því að við séum sterkari saman, styðjumst við hvert annað til að fá stuðning og hvatningu þegar við förum yfir áskoranir lífsins.

Hætta á sjálfsréttlætingu

Öfugt við það náðarfyllta samfélag sem Páll sér fyrir sér, varar hann við sjálfsréttlætingu og dómhörku sem oft koma upp í trúarhópum. Tilhneigingin til að benda fingrum og hrúga fordæmingum yfir þá sem hvikast er gildra sem kirkjan verður að forðast. Gagnrýni Páls á gyðingatrúarmenn þjónar sem viðvörun gegn náðarlausri þjónustu sem einbeitir sér að ytra útliti og lögfræðilegri fylgni við reglur frekar en sanna trú og kærleika.

Hann undirstrikar hræsni þeirra sem reyna að leggja byrðar á aðra en vanrækja eigin mistök. Þetta sjálfsréttláta viðhorf er andstætt hjarta fagnaðarerindisins. Í stað þess að hlúa að umhverfi náðar skapar það sundrungu og firringu. Áminning Páls um að endurreisa varlega og bera hver annars byrðar vinnur gegn þessari tilhneigingu og ýtir undir menningu auðmýktar og samúðar.

MIKILVÆGI PERSÓNULEGRAR ÁBYRGÐAR

Athyglisvert er að í Galatabréfinu 6:5 fullyrðir Páll: „Því að hver mun þurfa að bera sína byrðar. Þó að kirkjusamfélagið sé kallað til að styðja hvert annað er persónuleg ábyrgð líka í fyrirrúmi. Hver trúaður er ábyrgur fyrir eigin gjörðum og andlegum vexti. Þessi tvíþætta áhersla á samfélag og einstaklingsábyrgð tryggir að á meðan við upphefjum hvert annað, viðurkennum við líka persónulega trúarferð okkar.

Að bera sitt eigið byrði felur í sér virka þátttöku í andlegu lífi manns. Það er ákall til þroska, þar sem trúaðir eru hvattir til að taka eignarhald á sambandi sínu við Krist. Þetta jafnvægi milli sameiginlegs stuðnings og ábyrgðar einstaklinga er nauðsynlegt fyrir heilbrigt kirkjusamfélag.

Þegar Páll lýkur þessu bréfi undirstrikar hann mikilvægi þess að lifa náðinni í verki. Í Galatabréfinu 6:7-8 varar hann við: „Látið ekki blekkjast: Guð lætur ekki hæðast, því að hvað sem maður sáir, það mun hann og uppskera. Þessi regla um sáningu og uppskeru á bæði við um andlega og verklega þætti lífsins. Ef við sáum í hold – með því að láta undan synd og sjálfsþjónkun – munum við uppskera afleiðingarnar. Aftur á móti, ef við sáum í andann – með því að lifa í samræmi við vilja Guðs og þjóna öðrum – munum við uppskera eilíft líf og blessanir.

Köllun Páls til aðgerða er skýr: náð verður að vera virkt afl í lífi okkar. Það ætti að knýja okkur til að gera gott við alla, sérstaklega þá sem eru innan trúarinnar. Þessi náðarþjónusta er ekki aðgerðalaus viðleitni; það krefst ásetnings og fyrirhafnar. Við erum kölluð til að vera náðarker sem veita þeim í kringum okkur góðvild, kærleika og stuðning.

LOKAHUGLEIÐINGAR UM BOÐSKAP PÁLS

Þegar Páll lýkur bréfi sínu til Galatamanna, staðfestir hann umbreytandi kraft fagnaðarerindisins. Hann leggur áherslu á að í Kristi hafi hvorki umskurn né óumskurn neitt gildi; það sem skiptir máli er ný sköpun (Galatabréfið 6:15). Þessi yfirlýsing felur í sér hjarta fagnaðarerindisins: að sjálfsmynd okkar sé að finna í Kristi einum, ekki í því að við fylgjum trúarreglum eða menningarlegum viðmiðum.

Lokavers Galatabréfsins endurspegla djúpa umhyggju Páls fyrir Galatamönnum og löngun hans til þess að þeir taki hinn sanna kjarna fagnaðarerindisins. Hann hvetur þá til að einbeita sér að náð Jesú Krists, sem er grunnurinn að trú þeirra og uppspretta styrks þeirra. Í þessari náð er friður, von og tilfinning um að tilheyra.

NIÐURSTAÐA

Í stuttu máli, bréf Páls til Galatamanna þjónar sem kröftug áminning um frelsið sem við höfum í Kristi. Yfirlýsing hans um sjálfstæði frá synd og lögfræði býður okkur að tileinka okkur náðarlíf sem einkennist af ávöxtum andans og skuldbindingu við samfélag. Áskorunum sjálfsréttlætis, dómgreindar og sinnuleysis er brugðist við með köllun um að bera hver annars byrðar og ganga í andanum.

Þegar við hugleiðum þennan boðskap, skulum við íhuga hvernig við getum staðfest meginreglur náðarinnar í lífi okkar og í samfélögum okkar. Erum við virkir að ganga í andanum, leitast við að bera hver annars byrðar og veita þeim sem í kringum okkur eru náð? Orð Páls hvetja okkur til að lifa trú okkar af sannri raun og sýna kærleika Krists til heimsins í neyð. Megum við leitast við að vera náðarker sem endurspegla hjarta Jesú í öllu sem við gerum.

Grundvöllur trúarinnar: Að skilja fagnaðarerindið um náð með opinberun

Í hjarta kristinnar guðfræði er hin ómissandi kenning um náð – sannleikur sem umbreytir lífi og mótar þjónustu. Galatabréfið, skrifað af Páli postula, þjónar sem hornsteinn til að skilja fagnaðarerindi náðarinnar eins og hún er móttekin með guðlegri opinberun. Í heimi sem einkennist oft af ruglingi og misskilningi er mikilvægt að hafa skýra sýn á þann grunn sem maður er byggður á til að geta stundað ekta prédikun og árangursríka þjónustu.

Hlutverk opinberunar

Fullyrðing Páls í **Galatabréfið 1:11-12** er ótvíræett: "Því að ég vil að þér vitið, bræður, að fagnaðarerindið, sem ég prédikaði, er ekki mannlegt. Því að ég fékk það hvorki frá manni né var mér kennt það, heldur kom það fyrir opinberun Jesú Krists. ." Þessi texti undirstrikar mikilvægt atriði: fagnaðarerindið er ekki afurð mannlegs hugvits eða hefðar. Það er guðleg opinberun, sannleikur sem kemur frá Guði sjálfum. Án þessa skilnings mun allar tilraunir til þjónustu skorta áreiðanleika og vald sem kemur frá raunverulegri kynnum við hið guðlega.

Grundvöllur trúar okkar verður að eiga rætur í opinberun. Reynsla Páls sjálfs af einveru í eyðimörkinni, þar sem hann leitaði Drottins ákaft, sýnir nauðsyn þess að leita Guðs umfram allt annað. Frekar en að treysta á mannlegar kenningar eða hefðir setti hann beint samband við Guð í forgang, sem að lokum mótaði guðfræði hans og þjónustu. Þessi meginregla er nauðsynleg fyrir samtímaráðherra líka; þeir verða að leita auglitis Guðs til að koma sannleika hans á framfæri til safnaðarins.

KRAFTUR OPINBERUNAR Í RÁÐUNEYTINU

Þjónusta Páls var stjórnað af opinberun, eins og sýnt er í **Galatabréfið 2:1-2**: "Eftir fjórtán ár fór ég aftur upp til Jerúsalem með Barnabas og tók Títus með mér. Og ég fór upp með opinberun og flutti þeim það fagnaðarerindi sem ég boða meðal heiðingja." Hér gefur Páll til kynna að ætlunarverk hans hafi ekki einfaldlega verið svar við þörfum fólksins eða hefðir kirkjunnar; þetta var guðdómleg ráðning. Þetta undirstrikar djúpstæðan sannleika: áhrifarík þjónusta er sprottin af skýrum skilningi á köllun Guðs og leiðsögn.

Í árdaga kirkjunnar fengu leiðtogar oft opinberanir sem leiddu ákvarðanir þeirra og gjörðir. Eitt athyglisvert dæmi er þjónusta Clayt Sonmore, sem gegndi lykilhlutverki á fundum viðskiptamanna í fullu fagnaðarerindi. Með guðlegri opinberun voru mál um synd og falin dagskrá meðal leiðtoga dregin fram í dagsljósið, sem olli nauðsynlegum leiðréttingum og leiddu til blómstrandi trúar og iðkunar. Þetta líkan af þjónustu, byggt á verkum heilags anda, er algjör andstæða við þær oft yfirborðslegu nálganir sem sjást í mörgum kirkjum samtímans í dag.

AÐ TAKAST Á VIÐ HRÆSNI

Í **Galatabréfið 2:11-14**, Páll mætir Pétri varðandi hræsni hans í Antíokkíu: "En þegar Pétur kom til Antíokkíu, andmælti ég honum upp í andlit hans, því að hann stóð dæmdur. Því áður en nokkrir menn komu frá Jakobi, var hann vanur að borða með heiðingjunum, en þegar þeir komu. , hann dró sig aftur og skildi sig af ótta við umskurðarflokkinn." Þessi átök eru mikilvæg þar sem hún sýnir skuldbindingu Páls við sannleika fagnaðarerindisins. Páll var ekki hræddur við að ögra jafnvel þekktustu leiðtogunum þegar gjörðir þeirra stanguðust á við meginreglur trúarinnar.

Í dag virðist vera tregða innan margra kirkjuhópa til að taka á hræsni og siðleysi meðal leiðtoga. Þögnin um slík mál getur leitt til sjálfsánægju og sinnuleysis, þar sem sannleikanum er fórnað til að viðhalda samböndum eða útliti. Fordæmi Páls skorar á leiðtoga nútímans að viðhalda heilindum fagnaðarerindisins, burtséð frá hugsanlegum afleiðingum. Hann sýnir fram á að sannur kærleikur til kirkjunnar krefst vilja til að horfast í augu við synd, óháð kostnaði.

Verk andans í kirkjunni

Í **Galatabréfið 3:5**, Páll varpar fram mikilvægri spurningu varðandi hlutverk heilags anda í lífi kirkjunnar: "Gerir sá sem gefur yður andann og gerir kraftaverk meðal yðar það með verkum lögmálsins eða með því að heyra í trú?" Hér leggur Páll áherslu á að nærvera og kraftur heilags anda er ekki háð því að fylgja lögmálinu heldur er hægt að nálgast það í gegnum trú. Þessi regla er mikilvæg til að skilja eðli verks Guðs í lífi trúaðra.

Kirkjan samtímans upplifir oft sambandsleysi á milli krafts andans og daglegs þjónustu. Skortur á kraftaverkum og birtingarmyndum krafts andans má oft rekja til minnkaðrar væntingar eða einbeitingar á mannleg viðleitni frekar en guðlegrar íhlutunar. Á trúboðssviðum er hins vegar óumdeilt sönnunargögn um verk andans. Frásagnir af kraftaverkalækningum, upprisum og sprengilegum vexti í söfnuðum eru áminning um að þar sem heilagur andi er heiðraður og leitað geta kröftugir hlutir gerst.

Páll útskýrir þær blessanir sem trúuðum er veittar með trú á **Galatabréfið 3:6-9**: "Eins og Abraham ,trúði Guði og honum var það talið réttlæti', vitið þá að það eru þeir sem trúa sem eru synir Abrahams." Þessi grundvallarsannleikur undirstrikar samfellu loforða Guðs frá Gamla testamentinu til Nýja testamentisins. Blessunirnar sem Abraham var lofað ná til allra sem trúa á Krist, óháð þjóðerni eða menningarlegum uppruna.

Ennfremur heldur Páll því fram að arfleifð sem trúað er sé ekki byggð á ætterni eða fylgni við lögmálið, heldur trú á Jesú Krist. **Galatabréfið 3:13-14** segir: „Kristur leysti oss undan bölvun lögmálsins með því að verða okkur að bölvun — því ritað er: Bölvaður er hver sá, sem á tré er hengdur — til þess að blessun Abrahams komi til heiðingjanna í Kristi Jesú. ." Þessi róttæka innlimun leggur áherslu á að hjálpræði og blessanir séu í boði fyrir alla sem trúa, brjóta niður hindranir sem áður skiptu fólki.

GUÐFRÆÐI NÁMSINS

Kenning Páls í **Galatabréfið 3:26-29** styrktu enn frekar guðfræði innlimunar: "Því að í Kristi Jesú eruð þér allir synir Guðs fyrir trú. Því að allir yðar, sem skírðir eru til Krists, hafið íklæðst Kristi. Þar er hvorki Gyðingur né grískur, þræll né frjáls, karl né kona, því að þér eruð allir eitt í Kristi Jesú." Þessi djúpstæða yfirlýsing rýfur félagslegar og menningarlegar hindranir og stuðlar að róttækri einingu meðal trúaðra. Í Kristi verða greinarmunir sem einu sinni höfðu verulegt vægi óviðkomandi.

Þessi boðskapur er enn mikilvægur í dag, þar sem kirkjan glímir við deilumál og ójöfnuð. Krafa Páls á jafnrétti allra trúaðra á Krist skorar á kirkjur að endurspegla það að fagnaðarerindið sé innifalið í venjum sínum og viðhorfum. Það býður líkama Krists að meðtaka fjölbreytileikann og viðurkenna að allir eru jafnir erfingjar fyrirheita Guðs.

Fyrirheit heilags anda

Í **Efesusbréfið 1:13-14**, Páll útskýrir hlutverk heilags anda sem innsigli á arfleifð hins trúaða: „Í honum ert þú, þegar þú heyrðir sannleikans orð, fagnaðarerindi hjálpræðis þíns og trúðir á hann, innsiglaðir með fyrirheitnum heilögum anda. , sem er trygging arfleifðar okkar þar til við eignumst hana, honum til lofs." Þessi innsiglun heilags anda er kröftug trygging fyrir trúaða, sem staðfestir að þeir tilheyra Guði og eru hluti af hans eilífu áætlun.

Heilagur andi styrkir ekki aðeins trúaða til þjónustu heldur þjónar hann einnig sem áminning um vonina og framtíðararfleifð sem bíður þeirra. Þessi skilningur ætti að hvetja trúaða til að lifa trú sína af sjálfstrausti og tilgangi, vitandi að þeir eru búnir af andanum til að framkvæma verkefni Guðs í heiminum.

NIÐURSTAÐA: KALLURINN TIL ÁREIÐANLEIKA

Kenningin sem er að finna í Galatabréfinu og Efesusbréfinu kallar kirkjuna að hverfa aftur til rótanna – afturhvarf til fagnaðarerindis sem byggir á opinberun, styrkt af heilögum anda og einkennist af náð. Raunveruleg boðun fagnaðarerindisins krefst skýrs skilnings á grundvelli þess, sem á rætur í persónulegri opinberun og trú. Það skorar á leiðtoga samtímans að rísa yfir sjálfsánægju, horfast í augu við hræsni og efla ábyrgðarmenningu innan kirkjunnar.

Þar að auki, þegar við hugleiðum blessanir Abrahams og innifalið eðli fagnaðarerindisins, erum við minnt á þá ábyrgð okkar að skapa samfélög sem faðma og fagna fjölbreytileika. Köllun til ekta þjónustu er köllun til að endurspegla hjarta Krists, ná til allra, óháð bakgrunni þeirra.

Í heimi sem þarfnast vonar er fagnaðarerindi náðarinnar enn stærsti boðskapur okkar. Sem trúuðum er okkur falið að flytja þennan boðskap til endimarka jarðar, styrkt af andanum og leiðbeint af opinberun. Við skulum leitast við að vera trúfastir ráðsmenn þessarar ótrúlegu gjafar, lifa trú okkar af sanngirni og djarflega boða sannleika fagnaðarerindisins öllum sem vilja heyra.

Synir og dætur Guðs: Að skilja sjálfsmynd okkar á síðustu dögum

Á síðustu dögum munu synir og dætur Guðs opinberast að fullu og sýna auðkenni þeirra og tilgang sem erfingjar hins guðlega fyrirheits. Þessi sjálfsmynd á sér djúpar rætur í skilningi á því að vera „synir frífæddra" öfugt við „synir ambáttar". Í þessari ræðu munum við kanna hvað þessi aðgreining hefur í för með sér, sögulegt samhengi í kringum hana og mikilvægi hennar fyrir trúarsamfélög samtímans.

Sons of Freeborn: A Biblical Foundation

Páll postuli gefur djúpstæða skýringu á sjálfsmynd okkar í **Galatabréfið 4:30-31**, þar sem hann segir: "En hvað segir ritningin? Rekið út ambáttina og son hennar, því að ambáttarsonurinn skal ekki erfingja með syni fríkonunnar." Vér erum því, bræður, ekki börn ambáttarinnar heldur hinna frjálsu." Þessi leið dregur skýr línu á milli tvenns konar afkvæma: þeirra sem fædd eru í ánauð og þeirra sem fædd eru í frelsi.

Tilvísun Páls til „konunnar" og „frjálsu konunnar" er bein skírskotun til frásagnar Gamla testamentisins um Abraham, Söru og Hagar. Abraham átti tvo syni: Ísmael, fæddur af Hagar ambátt, og Ísak, fæddur af Söru, frjálsu konunni. Samkvæmt Ritningunni áttu hin fyrirheitna arfleifð og sáttmálablessun að renna í gegnum Ísak, ekki Ísmael. Þessi mikilvæga greinarmunur undirstrikar grundvöll kristinnar sjálfsmyndar - trúaðir eru ekki börn þrældóms heldur börn fyrirheits og frelsis.

MIKILVÆGI FRELSIS

Hugmyndin um að vera "frjálsfæddur" hljómar djúpt innan kristinnar trúar. Að vera frjáls fæddur þýðir að erfa fyrirheit Guðs án byrðar lögmálsins eða fjötra syndarinnar. Það táknar samband við Guð sem byggist á náð, ekki verðleikum. Þetta frelsi er bundið í verk Krists, sem frelsaði trúaða undan bölvun lögmálsins með fórnardauða sínum og upprisu.

Í heimi sem oft leitast við að blanda saman viðhorfum og málamiðlun kjarnakenninga, þjóna orð Páls sem skýringarkall til að viðurkenna og halda uppi sannleika fagnaðarerindisins. Það er ekkert pláss fyrir samningaviðræður við hugmyndafræði sem stangast á við grundvallaratriði kristninnar. Börn ambáttarinnar — afkomendur Haga — tákna ekki aðeins ólíka ætterni heldur andstæðan skilning á sáttmála Guðs.

Í samfélagi nútímans er ákall um samræðu og samvinnu milli trúarhópa ríkjandi. Margir kirkjuleiðtogar tala fyrir einingu meðal ýmissa trúarhópa og telja að slíkt samstarf geti stuðlað að félagslegu réttlæti og friði. Boðskapur Páls ögrar hins vegar þessari hugmynd. Hann segir afdráttarlaust að það sé enginn sameiginlegur grundvöllur á milli barna fyrirheitsins og barna þrældómsins.

Þrátt fyrir velvilja þvertrúarlegra verkefna, eins og þeirra sem þekktir einstaklingar eins og Rick Warren og Tony Blair hafa kynnt, verða kristnir menn að sýna skynsemi. Að taka þátt í samstarfi sem þynna út eða skerða kjarnaboðskap fagnaðarerindisins getur leitt til guðfræðilegs ruglings og málamiðlana. Köllunin um að „reka út ambáttinni og syni hennar" er ákall um að vera trúr sérkenni kristinnar trúar.

SÖGULEGT SAMHENGI: ABRAHAM OG SYNIR HANS

Til að meta boðskap Páls til fulls verðum við að rifja upp söguna um Abraham. Sagan hefst á loforði Guðs til Abrahams um að hann yrði faðir margra þjóða. En þegar Sara, kona hans, gat ekki fætt börn, bauð hún Abraham ambátt sinni Hagar, sem leiddi til fæðingar Ísmaels. Þessi athöfn, sprottin af mannlegri viðleitni frekar en guðlegri tímasetningu, setti grunninn fyrir átök.

Guð staðfesti síðar loforð sitt við Abraham og lýsti því yfir að Sara myndi fæða son, Ísak. Spennan á milli þessara tveggja sona táknar áframhaldandi baráttu milli trúar og verka, náðar og lögmáls. Ísmael táknar tilraunir manna til að uppfylla loforð Guðs með sjálfsbjargarviðleitni, en Ísak táknar uppfyllingu loforðs Guðs með guðlegri íhlutun.

Þessi sögulega frásögn undirstrikar mikilvægi þess að skilja arfleifð okkar sem börn Guðs. Sem kristnir menn erum við erfingjar fyrirheitsins sem Abraham var gefið fyrir tilstilli Ísaks. Þessi arfleifð er ekki byggð á frammistöðu okkar heldur trúfesti Guðs. Þess vegna verðum við að halda fast við sjálfsmynd okkar og standast allar tilraunir til að málamiðlun hennar vegna samfélagslegrar viðurkenningar.

SJÁLFSMYND TRÚAÐRA Á KRIST

Kenningar Páls í Galatabréfinu undirstrika umbreytandi eðli trúar á Krist. Í **Galatabréfið 3:26-29**, skrifar hann: "Því að þér eruð allir synir Guðs fyrir trú á Krist Jesú. Því að allir yðar, sem skírðir hafið til Krists, hafið íklæðst Kristi. Þar er hvorki Gyðingur né grískur, þræll né frjáls, karl né kona, fyrir yður. eru allir eitt í Kristi Jesú og ef þér eruð Krists, þá eruð þér niðjar Abrahams og erfingjar samkvæmt fyrirheitinu.

Þessi yfirlýsing talar um róttæka innifalið fagnaðarerindið en viðheldur sérkennum sjálfsmyndar. Boðskapur Krists fer yfir menningarlegar og félagslegar hindranir og sameinar trúaða sem erfingja fyrirheitsins sem Abraham var gefið. Þessi eining eyðir ekki einstaklingseinkennum; heldur auðgar það sameiginlegan líkama Krists.

Loka opinberun sona og dætra Guðs

Þegar við færumst nær síðustu dögum, munu synir og dætur Guðs opinberast í fyllingu þeirra. Þessi opinberun snýst ekki aðeins um sjálfsmynd einstaklinga heldur um sameiginlega tjáningu fjölskyldu Guðs á jörðu. Andspænis vaxandi veraldarhyggju og fjölhyggju er kirkjan kölluð til að standa föst í sjálfsmynd sinni sem börn fyrirheitsins.

Í **Rómverjabréfið 8:19**, Páll skrifar: "Því að sköpunin bíður með ákafa þrá eftir opinberun Guðs sona." Þessi texti leggur áherslu á eftirvæntingu framtíðartíma þegar trúaðir munu að fullu sýna sjálfsmynd sína sem börn Guðs. Þessi opinberun er bundin við dýrð Guðs og þjónar sem vitnisburður um trúfesti hans.

ÁKALLIÐ TIL AÐGREININGAR

Í ljósi núverandi alþjóðlegs trúarlandslags verður kirkjan að vera staðföst í köllun sinni til að halda uppi sannleika fagnaðarerindisins. Skilin á börnum ambáttarinnar og börnum fríkonunnar eru ekki eingöngu söguleg eða guðfræðileg; þau eru hagnýt og viðeigandi. Að taka þátt í samstarfi sem leitast við að þoka þessum línum dregur úr boðskap náðarinnar og dregur úr krafti fagnaðarerindisins.

Köllunin um að „reka út ambáttinni" er ákall um að hafna sérhverri guðfræði eða iðkun sem leitast við að samræma kristni að hugmyndafræði sem er andstæð fagnaðarerindinu. Þetta þýðir ekki að kristnir menn ættu að taka þátt í fjandskap eða einangrunarhyggju heldur frekar að nálgast samræður milli trúarbragða af skýrleika og sannfæringu. Trúaðir verða að orða trú sína af náð, en vera staðfastir í sannleikanum sem þeir halda uppi.

NIÐURSTAÐA: AÐ FAÐMA SJÁLFSMYND OKKAR

Þegar við hugleiðum sjálfsmynd okkar sem synir og dætur Guðs, verðum við að tileinka okkur frelsið sem fylgir því að vera börn fyrirheitsins. Þessi sjálfsmynd mótar samband okkar við Guð og hvert við annað. Það kallar okkur til að lifa á þann hátt sem endurspeglar eðli Krists, að standa staðföst í sannfæringu okkar á sama tíma og ná náð til þeirra sem eru í kringum okkur.

Á síðustu dögum mun heimurinn verða vitni að birtingu barna Guðs – þeirra sem hafa að fullu tekið sjálfsmynd sína sem erfingjar fyrirheitsins. Sem trúaðir erum við kölluð til að lifa í ljósi þessa sannleika, boða fagnaðarerindið djarflega og vera staðföst í trú okkar.

Við skulum muna að arfleifð okkar er ekki aðeins framtíðarloforð heldur núverandi veruleiki. Þegar við förum um flókinn heim getum við huggað okkur við að vita að við erum frjáls fædd, börn hins hæsta Guðs, kölluð til að lifa sjálfsmynd okkar með sannfæringu og tilgangi. Það er þessi sjálfsmynd sem mun skína skært í myrkrinu, draga aðra að ljósi Krists og opinbera dýrð Guðs allri sköpuninni.

LOKIÐ